കളകൾ മുളച്ച തീൻമേശ

kalakal mulacha theenmesa
poems

•

v s bindu

•

first edition
october 2009

•

typesetting
gopika dtp centre

•

published
chintha publishers, thiruvananthapuram

•

printed
akshara offset, thiruvananthapuram

•

cover
ambish kumar

വിതരണം

ദേശാഭിമാനി ബുക്ക് ഹൗസ്

H O തിരുവനന്തപുരം-695 001

ബ്രാഞ്ചുകൾ

ദേശാഭിമാനി റോഡ് തിരുവനന്തപുരം • ഓവർബ്രിഡ്ജ് തിരുവനന്തപുരം • കെ എസ് ആർ ടി സി ബസ് സ്റ്റേഷൻ ആലപ്പുഴ • കെ എസ് ആർ ടി സി ബസ് സ്റ്റേഷൻ എറണാകുളം • ഐ ജി റോഡ് കോഴിക്കോട് • മാവൂർ റോഡ് കോഴിക്കോട് • എൻ ജി ഒ യൂണിയൻ ബിൽഡിങ് കണ്ണൂർ • സെൻട്രൽ ബസ് ടെർമിനൽ കോംപ്ലക്സ് താവക്കര കണ്ണൂർ • മച്ചിങ്ങൽ ലെയ്ൻ തൃശൂർ.

CO - 1344 / 2295

കളകൾ മുളച്ച തീൻമേശ

കവിതകൾ

വി എസ് ബിന്ദു

ചിന്ത പബ്ലിഷേഴ്സ്
തിരുവനന്തപുരം-695 001
വില : 35.00 രൂപ

വി എസ് ബിന്ദു

അച്ഛൻ : വേലപ്പൻ നായർ, അമ്മ : ഡി സരസ്വതി അമ്മ

മലയാളത്തിൽ ബിരുദാനന്തര ബിരുദം, അധ്യാപിക,

ഭർത്താവ് : എം ശശികുമാർ

മക്കൾ : കാർത്തിക്, വിനായക്

വിലാസം : ദേവപ്രഭ, കരൂർ,
പോത്തൻകോട് പി ഒ
തിരുവനന്തപുരം

പ്രസാധകക്കുറിപ്പ്

ചരിത്രത്തിന്റെ മുറിവുകളിൽ കൂടിയുള്ള ദ്രുതസഞ്ചാരമാണ് കവിതയുടെ മൂലധനം, പഴയരീതിയിൽ പറഞ്ഞാൽ കാവ്യാനുഭവം. പുതിയ കാലത്തിന്റെ ആന്തരിക സ്പന്ദനങ്ങളെ സൂക്ഷ്മമായി ആവിഷ്കരിക്കാൻ കഴിയുമ്പോഴാണ് കവിത ജനിക്കുന്നത്. പക്ഷേ, കവിയുടെ അനുഭവം പോലും സമരോത്സുകമായ ഒരു തെരഞ്ഞെടുപ്പാണ്. സ്വപ്നങ്ങളോടുപോലും കലഹിക്കാൻ സജ്ജമാവുന്ന, നിരന്തരം പുതുക്കിപ്പണിതുകൊണ്ടിരിക്കുന്ന, മനസിന്റെ ശിൽപ്പചാതുരിയെയാണ് കവിപ്രതിഭ അടയാളപ്പെടുത്തുന്നത്. പുതിയ ലോകത്തിൽ ശരീരം മാത്രമായിനിന്നുകൊണ്ട് പഴഞ്ചൻ ലോകത്തിന്റെ കെട്ടുപോയ ആശയങ്ങളെ പകർത്തുന്നവർക്ക് വഴങ്ങുന്നതല്ല, കവിതയുടെ അനശ്വരലോകം. അത്, ജൈവഭാവനയുടെ ജൈവാവിഷ്കാരമാണ്. പ്രോജ്ജ്വലമായ മാനവികതയുടെ ഉരകല്ലിൽ മാറ്റുരയ്ക്കപ്പെടുന്ന അഗാധഭാവങ്ങളാണ് കവിതയ്ക്ക് പുതിയ ഭാവുകത്വം നൽകുന്നത്. മലയാള കവിതയിൽ, ദാർശനികതയുടെ കരുത്തും ഇമേജറിയുടെ നവീനതയും കൊണ്ടു ശ്രദ്ധേയമായ കവിതകളാണ്, വി എസ് ബിന്ദുവിന്റേത്.

ചർവിതചർവണം ചെയ്യപ്പെട്ട ഇമേജറികളിലൂടെ അരാഷ്ട്രീയാശയങ്ങളെ ആഘോഷിക്കുന്ന പതിവു പ്രവണതകളിൽനിന്ന് മലയാള കവിതയെ രക്ഷിക്കാൻ ഇത്തരം രചനാസംരംഭങ്ങൾക്ക് സാധിക്കുമെന്ന് ഞങ്ങൾക്ക് ഉറച്ചവിശ്വാസമുണ്ട്.

അവതാരിക

സൈമൺ ബ്രിട്ടോ

പാട്ടും കവിതയും തമ്മിൽ ദൂരമുണ്ട്. പാടുന്നതെല്ലാം കവിതയാകണമെന്നില്ല. കവിതയെല്ലാം പാടണമെന്നും നിർബന്ധമില്ല. പാട്ട് ശ്രവണേന്ദ്രിയങ്ങളിൽ വസന്തം വിതറുമ്പോൾ കവിത സർവേന്ദ്രിയങ്ങളെയും ത്രസിപ്പിക്കുന്നു. ബിന്ദുവിന്റെ അക്ഷരങ്ങൾ പറഞ്ഞും പറയാതെയും ഒഴുകുന്ന കവിതയാണ്. പരീക്ഷണശാലയിൽ വിഘടിപ്പിച്ചെടുക്കാവുന്ന രാസരൂപങ്ങളുടെ കൂട്ടായ്മയല്ല കവിത. ഇതളുകൾ അടർത്തി മാറ്റാവുന്ന പുഷ്പവുമല്ല. അത് അനുഭൂതിയിൽ വിടരുന്ന സുഗന്ധമാണ്.

ബിന്ദുവിന്റെ കവിതയിൽ രണ്ടു പുറങ്ങളാണു നമ്മൾ കാണുന്നത്. രണ്ടു കാലത്തിന്റെ രണ്ടു പുറങ്ങൾ. ആധുനിക കവിതയുടെ വിരൽസ്പർശം ഒരു ഭാഗത്ത്. മറുഭാഗത്ത് വർത്തമാനകാലത്തിന്റെ പുതു കവിതയും. തെരഞ്ഞെടുത്ത വാക്കുകൾ കേരളത്തിന്റെ തനതു ഭാവങ്ങളിൽ ചെന്നുകൊള്ളുന്ന ഇമേജുകൾ സൃഷ്ടിക്കുന്ന സംഘബോധത്തിന്റെയും ജനവാസത്തിന്റെയും അക്ഷരക്കൂട്ടുകൾ. അവ നിറയെ മലയാളത്തനിമയും മലയാളത്തിന്റെ അനുഭവവും മലയാളത്തിന്റെ ചിഹ്നബോധവും.

ചിഹ്നബോധങ്ങളുടെ കുരുക്കിൽ കുടുങ്ങുന്ന പ്രഗൽഭരായ കവികളാണു പലരും. സമൂഹമനസിനെ ഭൂതകാലത്തിന്റെ അഴുക്കിൽ ബന്ധിക്കുന്ന ചിഹ്നങ്ങളിൽനിന്ന് കുടഞ്ഞു പുറത്തുചാടാൻ ബിന്ദുവിനു കഴിയുന്നു. ഭൂതകാലത്തിന്റെ ചിഹ്നബോധങ്ങളെ പുന:സൃഷ്ടിക്കുക കാര്യബോധമുള്ള ആർക്കും എളുപ്പമാണ്. എന്നാൽ അതിൽനിന്നു പുറത്തു കടക്കുമ്പോൾ അതോടൊപ്പം പുറത്തേക്കു വരുന്നതു പുതിയ ഭാഷയാണ്. അങ്ങനെയാണ് പുതുകവിത ഉണ്ടാകുന്നത്.

ഒരു കവിത മറ്റൊന്നിൽനിന്നും ഭിന്നമാവുക. മൊത്തം കവിതകളുടെ ആന്തരികസത്തയെ നിലനിർത്തുക. ഇതു രണ്ടും പ്രയാസമുള്ള കാര്യമാണ്. ഈ പുസ്തകത്തിലെ കവിതകൾ വായിച്ചു തീരുമ്പോൾ മനുഷ്യമനസുകളിൽ അനുഭൂതിയുടെ ഉത്സവം വായനക്കാരന് അനുഭവവേദ്യമാകുന്നു. ഗ്രാമ്യവാക്കുകളിലൂടെ നിരാമയദുരിതം പേറുന്ന നഗരത്തെ വേനൽ നദിയിലൂടെ ഒഴുക്കിക്കാണുമ്പോൾ നഗരം മുടന്തിയെണീറ്റ ശവക്കോലമായിട്ട് ഉണർന്നു നിൽക്കുന്നു. നഗരത്തിന്റെ യൗവനം ഒരു മന്ത്രവടിച്ചുരുൾപോലെയാണെന്ന് കവി സമർഥിക്കുന്നു. കവിത എഴുതിത്തീർക്കുന്നത് ഈ നഗരമെന്റേതാണെന്ന് ഹൃദയപക്ഷം ചേർത്തുവച്ചാണ്. നഗരത്തെ പാടിത്തീർക്കുന്നത്

"ഒറ്റു കൊടുക്കുന്നില്ലെൻ നാടും
ഒട്ടു പിഴയ്ക്കാതുള്ളൊരു വാക്കും
അവയുടെ ജീവൽസ്പന്ദം
ചേറിൽ വീണു മുളയ്ക്കുമ്പോൾ" *(നഗരം ചിലതുപറയുമ്പോൾ)*

എന്നാണ്. പറഞ്ഞു പഴകിയ വാക്കുകളെ കവി അഴിച്ചു വയ്ക്കുന്നതിന് ഉദാഹരണമാണ്

പട്ടിണി ഞെക്കിപ്പിഴിയവേ മുന്നിൽ
പട്ടുടുപ്പഴിയുന്ന സന്ധ്യയുണ്ട് *(അറിയുന്നതെന്തിനി?)*

തുടങ്ങിയ വരികൾ.

"പെരുവാതപ്പെരുമുട്ടിൽ
തലപൂഴ്ത്തിയിരിപ്പൂ കാലം"

"നരകത്തിൽ വാറ്റിയെടുക്കും
മരണത്തിൻ ശീതമണം"

"കുടിനീരിന്നുറവകളിൽ
കുംഭക്കാമിലയൂറിവരും" *(സംഘപ്പാട്ട്)*

തുടങ്ങിയ വരികൾ നിരവധി ഇമേജറികൾ നമുക്ക് എറിഞ്ഞു തരുന്നു. മനുഷ്യന്റെ കൂട്ടായ്മയെ അക്ഷരങ്ങളിലൂടെ ആവാഹിക്കുമ്പോൾ ഒഴുകിവരുന്നതാണ് ഇവയെല്ലാം.

ജയിൽ - കവിയിലൊളിഞ്ഞു കിടക്കുന്ന ഏകാന്തമായ അക്ഷരങ്ങളാണ്. അത് ബിന്ദുവിലൂടെ ഒഴുകുമ്പോൾ, ഒറ്റവാക്കിലാവാഹിച്ചെടുത്താൽ,

"പേരുകുറിച്ച കണക്കുകളൊപ്പുകൾ
താഴിട്ടെന്നും പൂട്ടും കൊച്ചു കവാടം"

സ്ത്രീപക്ഷത്തു നിന്ന് കവി എല്ലാം കാണുന്നു. ഒപ്പം സ്ത്രീപക്ഷത്തു നിന്ന് പാടുന്ന *കാക്കാലത്തി, മത്സ്യവിൽപ്പനക്കാരി, ഒറ്റവാക്കിൻ പ്രണയം, തിരകൾക്കുമപ്പുറം, അവൾ, സെയിൽസ്ഗേൾ, പെണ്ണേ* അങ്ങനെ കുറേ കവിതകളെടുത്തു പറയുമ്പോൾ മറ്റുള്ളവയിലും ഇതിന്റെ സൂക്ഷ്മാംശങ്ങളുണ്ട്.

ഇതൊരു പടപ്പാട്ടല്ലെങ്കിലും കവിതയിൽ പ്രണയവും രാഷ്ട്രീയവുമുണ്ട്. വാക്കുകളുടെ തെരഞ്ഞെടുപ്പാണ് ശ്രദ്ധേയം. *ഒറ്റവാക്കിൻ പ്രണയം, ഒറ്റവാക്കിൽ പ്രണയം* എന്നെഴുതാതിരുന്നത് അതുകൊണ്ടാണ്. സ്ത്രീപക്ഷ രാഷ്ട്രീയത്തോടൊപ്പം സമത്വസുന്ദരമായ കമ്യൂണിസ്റ്റു പക്ഷവും വ്യക്തമാക്കുന്നുണ്ട്. അതിനു തെളിവാണ് *ഒരു ബൊഹീമിയൻ കുറ്റസമ്മതം, കാസ്ട്രോവിന്* തുടങ്ങിയ കവിതകൾ.

കളകൾ മുളച്ച തീൻമേശ മുതലുള്ള കവിതകൾ സമകാലീന പുതുകവിതകളോടൊപ്പം സഞ്ചരിക്കുന്നു. ഗദ്യത്തിലെഴുതിയാലും കവിത കവിതയാണെന്ന് ഈ അക്ഷരങ്ങളിലൂടെ കവി സമർഥിക്കുന്നു. അവിടെയും *പെണ്ണേ* എന്ന കവിതയിൽ മനുഷ്യന്റെ സമതാബോധത്തിൽനിന്ന് ജാതിക്കൂറിനെ വലിച്ചെറിയുന്ന വരികളും 'അതിനുമേൽ നെറ്റിക്കുറി വരച്ചാലെന്തു ചെയ്യും' എന്ന ചോദ്യവുമുണ്ട്.

വർത്തമാനകവിതകൾ നൈമിഷികമായ വിസ്ഫോടനങ്ങൾ സൃഷ്ടിച്ചുകൊണ്ടേയിരിക്കുന്നു. പഴയ കവിപക്ഷത്തു നിന്നു ചിന്തിക്കുമ്പോൾ ഇതു കാലികമല്ലേ? പുതിയ കവിപക്ഷത്തു നിന്നു ചിന്തിക്കുമ്പോൾ ഇതു കാലത്തിന്റെ കവിതയാണ്. ബിന്ദു കാലത്തോടൊപ്പം സഞ്ചരിച്ചു കൊണ്ടേയിരിക്കുന്നു. മിഴിത്തുമ്പിൽ സൗകുമാര്യതയുടെ വസന്തപുഷ്പങ്ങൾ വിരിയിക്കുമ്പോഴും ചുണ്ടിൽ കാലത്തിന്റെ നീതികേടുകളെ കെടുത്തുന്ന അറിയാത്ത അഗ്നിയായി ഇതിലെ കവിതകൾ സ്പന്ദിച്ചുകൊണ്ടേയിരിക്കുന്നു. ചിലപ്പോൾ മൗനവും മൗനത്തിനുള്ളിലെ തീക്ഷ്ണമായ ശബ്ദംപോലെ ഇരുളിൽ വിരിയുന്ന നിശാഗന്ധിയുടെ മർമരസുഗന്ധവുമുണ്ട് ഈ വരികളിൽ.

അജ്ഞാതമായ ഒരു തുരങ്കത്തിലൂടെ എപ്പോഴും പാഞ്ഞു പൊയ്ക്കൊണ്ടിരിക്കുന്ന തീവണ്ടിയുടെ ഒടുവിലെ കിതപ്പാണ് എന്നിൽ കവിത.

തളർന്നു നിന്നു പോകുന്നതിനുമുൻപ് അതു ഹൃദയമിടിപ്പു വീണ്ടെടുക്കാം. നൊമ്പരപ്പെടുത്തുന്ന എല്ലാറ്റിനെയും പിന്നിലാക്കി പുതുകവിത എവിടെ നിന്നോ വാർന്നു വീഴും. ആഘാതങ്ങളും ആഘോഷങ്ങളും അതു വച്ചു നീട്ടും.

അമ്പരപ്പില്ലാത്ത കുട്ടിയായി ഒക്കെയും വഹിച്ചുനീങ്ങുമ്പോഴും ചുവന്നു തുടുത്ത ഭൂമിയും അടിമകളല്ലാത്ത മനുഷ്യരും ഇന്നിന്റെ വാക്കായി മുന്നിലുണ്ട്.

മുഖപ്രസാദമില്ലാത്ത ജീവിതങ്ങളോട് എന്നും സ്നേഹമുള്ളവളായിരിക്കേ, ഇക്കവിതകളിൽ കണ്ണു തൊടുക്കുന്ന വായനക്കാരാ,

ചതുരവടിവില്ലാത്ത വരികളിൽ ചിലതെങ്കിലും നിങ്ങളുടെ സ്വന്തമായാൽ...... അതു മാത്രം മതിയെനിക്ക്.

എഴുത്തിന്റെ വഴിയിൽ വെളിച്ചമായവർക്കെല്ലാം നന്ദി.

സ്നേഹപൂർവം

വി എസ് ബിന്ദു

കവിതകൾ

1

നഗരം ചിലതു പറയുമ്പോൾ

നഗരം നിത്യതപസ്വിനിപോലെ
നിരാമയ ദുരിതം പേറുമ്പോൾ
വേനൽ, നദിയുടെ തിരുഹൃദയത്തിൽ
നരകപതാക വരയ്ക്കുകയല്ലോ

അങ്കച്ചമയം കടലിലെറിഞ്ഞാ
കന്നിച്ചേകോൻ ചാകുന്നേരം
ചോരതെറിച്ചോരമ്പിളി ചുണ്ടിൽ
ചിരി കത്തിച്ചു തെളിക്കുന്നു.

കാണുക തീരാവ്യാധികൾ നീളേ
വാണരുളുന്ന ജനസ്ഥലിതോറും-
രാത്രിയിഴഞ്ഞുകളിക്കും ഗലിയിൽ
ദുര തിങ്ങിഞ്ഞെരുങ്ങുമിടങ്ങൾ
രാകി മുറിച്ച പിണക്കങ്ങൾ
രാവു പകുത്ത തിളക്കങ്ങൾ
ശ്വാസം വെട്ടിവലിക്കുമടുപ്പുക-
ളവയിൽ താണെരിയുന്നൂ സൂര്യൻ.

മെയ്യിൽ കണ്ണുകുരുത്തു വളർന്നു-
മുടന്തിയെണീറ്റ ശവക്കോലം
മന്ത്രവടിച്ചുരുൾ തീർക്കുകയാലേ
നഗരം യൗവനമാളുന്നു
മഴവില്ലിൻ മുനകുത്തി മുറിക്കും

14 *കളകൾ മുളച്ച തീൻമേശ*

വി എസ് ബിന്ദു

മുറിവുകൾ ചിക്കും പുലരിക്കാറ്റിൽ
ഭൈരവതുടിയുടെ താളം കേൾക്കെ
പേമഴ ഭൂമി തൊടാതെങ്ങോ
ഒഴുകിയലഞ്ഞു നടക്കുന്നു

ഒറ്റമുലച്ചികൾ പിള്ളക്കുരലിൽ
കയ്ച്ചുതെഴുക്കും പാലിറ്റിക്കെ
അവരുടെ തൊണ്ട ചുരന്നു വളർന്നതു
പേരറിയാത്ത കറുത്ത സ്വരങ്ങൾ.

കൊടികളൊടിഞ്ഞമരും തേർത്തട്ടുകളിൽ
മുടിയുമൊരീറൻ നഗ്നാർച്ചനയിൽ
അന്നംമുട്ടിയൊരഗതിക്കോലം
ആസുരനീലക്കാലം
അവിടെ നുരയ്ക്കും കണ്ണീരിൽ
അഗ്നിപടർത്തും നേരം
നഗരം നിലവിളിയാകുന്നു.

ഒറ്റുകൊടുക്കുന്നില്ലെൻ നാടും
ഒട്ടുപിഴയ്ക്കാതുള്ളൊരു വാക്കും
അവയുടെ ജീവൽസ്പന്ദനതാളം
ചേറിൽ വീണു മുളയ്ക്കുമ്പോൾ
ഈ നഗരവുമെന്റേതാകുന്നു.
ഈ നഗരവുമെന്റേതാകുന്നു.

2

അറിയുന്നതെന്തിനി?

മൊഴികൾക്കുമപ്പുറം
മിഴികൾക്കുമപ്പുറം
പുതിയതെന്തുണ്ടു നീ ചൊല്ലൂ

മഴനെഞ്ചിലൊഴിയുന്ന കാലമുണ്ട്
മകരമഞ്ഞുരുകുന്ന നേരമുണ്ട്
പൂക്കാക്കടമ്പുണ്ടതിൻചോട്ടിലൂടെ
ഒഴുകിപ്പിണങ്ങുന്ന നദിയുമുണ്ട്
എരിയുമടുപ്പുണ്ട് പിന്നെയുമാരും
കാണാവനങ്ങളും കൂട്ടിനുണ്ട്
വാക്കുകൾക്കുള്ളിൽ പെയ്തൊളിക്കും
നോവിൻ കടുന്തുടിത്താളമുണ്ട്.
    പട്ടിണിഞെക്കിപ്പിഴിയവേ മുന്നിൽ
    പട്ടുടുപ്പഴിയുന്ന സന്ധ്യയുണ്ട്.

ചൂളകൾ നെഞ്ചിലെരിച്ചു നിൽക്കും
വയലിൻ പുരാതനസ്വപ്നമുണ്ട്
കൊക്കിലരിമണിതിങ്ങുകയാൽ
ചത്തുചായുന്ന കിളികളുണ്ട്.
നേർച്ചക്കിടാവിന്റെ കണ്ണുമായാലയിൽ
വിറ്റുപോകുന്ന ശിശുക്കളുണ്ട്
പണയശിൽപത്തിൻ മിഴിനിറഞ്ഞ്
ഒഴുകിത്തളംകെട്ടുമരുവിയുണ്ട്
അറിയുന്നതിന്നൊക്കെയുമപ്പുറത്തിന്നും
അറിയുവാനേറെയും ബാക്കിയുണ്ട്.

3

സംഘപ്പാട്ട്

ഇവിടെ കരളുനുറുങ്ങിത്തളരും
തലമുറകൾക്കറിയാം
സ്വപ്നത്തിൻ ചുമടേന്തി മടുക്കും
ഇന്നലെകൾക്കറിയാം.

പഴമക്കാർ പാടിയ പാട്ടിൽ
നിറവാക്കിൻ വിളയേറ്റുമ്പോൾ
പതിരല്ലിതു പുതിയോർക്കും
മൺകലശപ്പൊങ്കാല.

ഉഴമണ്ണിൽ നാട്ടരചൻ
ഉയിരോടെയെരിച്ചോനല്ലോ
ഉലകുടയപ്പെരുമാളായി
ഉടവാളുതുടുപ്പിച്ചു.

മഴവിങ്ങിക്കുഴയുംപോലെ
വ്യഥമെല്ലെയുണർന്നു പൊലിക്കേ
പെരുവാതപ്പെരുമുട്ടിൽ
തലപൂഴ്ത്തിയിരിപ്പൂകാലം.

കിളികാരിച്ചെന്നെല്ലിൻ
മുടിമേലെ ചാർത്തുന്നു
നരകത്തിൽ വാറ്റിയെടുക്കും
മരണത്തിൻ ശീതമണം.

ഞാറ്റടിയിൽ താളമിടും
ചെറുകാറ്റും ചുട്ടുപറക്കും
കുടിനീരിന്നുറവകളിൽ
'കുംഭക്കാമില'യൂറിവരും
ചീവീടു ചിലയ്ക്കാനാട്ടിൽ
ചാപിള്ള കരഞ്ഞുണരും.

നിലതെറ്റി നിൽക്കുന്നിത്തിരി
തരിമണ്ണിൻ മേലെ, യതു-
പോലും മാന്തിയെടുത്തവർ
കാൽക്കാശിനു വിറ്റെന്നോ!

പഴവന്റെ തുടിയെല്ലാം
തോൽകെട്ടി മിനുക്കാമോ
പകലിഴയും വേഗത്തെ
പടതോറ്റിയുണർത്താമോ?

ഇവിടെ മുള തീപൊട്ടും
വേഗത്തിൽ വിരിയും
അതിലകിലിൻ മണമില്ലല്ലോ
അതിലിണയുടെ മദമില്ലല്ലോ
പുഴവെട്ടിക്കീറി നുറുക്കും
മഴുതേങ്ങും ശീലില്ലല്ലോ-

ഇവിടത്തെയൂഞ്ഞാൽപ്പാട്ടിൽ
വയറെരിയും പുകിലില്ല
ചിടകെട്ടിയ ജീവിതമല്ലിനി
നീ പേറുക, യല്ലെങ്കിൽ
നമുക്കു കൊയ്യാൻ വയലില്ല.
ഇവിടെപ്പുലരുക നാമല്ല.

4

ജയിൽ

ബീഡിപ്പുകയാക്രോശം അരിശ-
പ്പേച്ചുകളാവിപറക്കും ചോറ്

ഈർഷ്യയൊടുങ്ങാതിരുള്
പൊട്ടിയൊലിച്ച വരാന്തയി-
ലട്ടി കിടക്കും പകല്, വെള്ളിടി
വെട്ടും രാത്രി, തണുത്തൊരു തറയിൽ
ചേർത്തു വിരിച്ച പനമ്പായ കുതറി-
ത്തേറിത്തൊലിപൊട്ടിയ മുതുക്

ചോരഞരമ്പിനെ വെട്ടും ബൂട്ട് നിശ്ചല
നേരം, കണ്ണിനെ ദണ്ണം നീറ്റും
നീര്, വാക്കിൻ വക്കു പൊടിഞ്ഞ
വയൽപ്പാട്ട്, വേദന ഞെരിയും പല്ല്

വികൃതിക്കൂത്ത്, വിരണ്ട വഴക്കുകൾ,
ആശ്ലേഷം, മതിലു വിലക്കും ആർത്തി
ഓർത്തുമറന്ന വിലാസം, എങ്കിലുമെന്നോ
പേരു കുറിച്ച കണക്കുകളൊപ്പുകൾ
താഴിട്ടെന്നും പൂട്ടും കൊച്ചുകവാടം

ബലിയായ് ജീവൻ, ചേറ്റിയ നന്മകൾ
വിധിയേറ്റു വിളർത്തോർ, അവിടെയു-
മൂഴം, കാത്തു കുഴങ്ങും കത്ത്

ഓർമകളൊപ്പിയ കടലാസ്, തേരട്ട
ചുരുണ്ട നടപ്പാത, പുഴുകുത്തിയ
പൂവ്, തേഞ്ഞു തകർന്ന പണിക്കോപ്പുകളുടെ

5

കാക്കാലത്തി

കാക്കാലത്തി
　　കാലപ്പെരുവഴിയിൽ കണ്ണീരൊപ്പിയിരിക്കുകയല്ലോ
　　കരയുടെ നടുവിൽ കനലാഴിക്കായ് തിരയുകയല്ലോ

പൂമണമേറ്റും പെണ്ണായവളാ-
പ്പെരുവഴിയോരം മിഴിപൂട്ടുമ്പോൾ
അതുവഴിപോയൊരു ദൈവത്താർ
അവളെയുമില്ലത്തെത്തിച്ചു.

　　തേനഴകിറ്റും ചുണ്ടാ, യിടി-
　　വെട്ടിത്തോർന്ന മഴക്കാറായ്
　　കാമം തെല്ലു കലിച്ചു കിടക്കും
　　കാട്ടാറായാ കാക്കാത്തി
　　ദൈവത്താറുടെ കാൽക്കീഴിൽത്താൻ
　　ചന്തം കാട്ടിത്തെളിയുകയല്ലോ.

നാളുകൾ പോകെ മിണ്ടാറില്ല
മിനുങ്ങാറില്ലക്കാക്കാത്തി
കാണെക്കാണെയിരുണ്ടു പുളയ്ക്കും
മുടിയഴകില്ലാ, മാറഴികില്ലാ
കുറ്റം കൊണ്ടു പിഴച്ചേപോയ്
ദൈവത്താർക്കാ നാടോടി
എന്നും പൂക്കും കൊന്നകണക്കവ-
ളെന്നിട്ടും പെറ്റുകിടക്കുന്നു

ശ്രീദളമഴകിൽവിരിഞ്ഞതുപോലെ
അരികത്തുണ്ണി വിളങ്ങുന്നു.

കല്ലിൽ കൊത്തിയെടുത്തതുപോ-
ലുണ്ണിക്കെങ്ങനൊരടയാളം?
കോമരമാടീ ദൈവത്താർ, ഈ-
വഴി വന്നോ കർക്കിടകം?

കഴുകിയെടുക്കുമിലക്കീറായവൾ
കഴകം ചെയ്തു കഴിക്കുന്നു.
വെയിലേറി മടുക്കുന്നേരം
വെറുതേ മാനം നോക്കുന്നേരം.
അമ്മ കിനാവിൽ നിന്നു ചിരിക്കെ
അമ്മയ്ക്കരികെ ചേർന്നു കിടക്കെ
അമ്മയ്ക്കുള്ളിലുറന്നതു കണ്ണീർ-
കുഞ്ഞിക്കവിളിൽ മറുകായി.

ചേലത്തുമ്പു തെറുത്തു പിടിച്ചു
നീലച്ചുണ്ടു കടിച്ചു മുറിച്ചു
നീൾമുടി ദിക്കിൽ വീശിയടിച്ചു
വടവാസിനി വടിവിൽ കാക്കാത്തി

ഉണ്ണിക്കയ്യു പിടിച്ചവൾ വെക്കം
പുതുവഴി വെട്ടി നടന്നേ പോയ്.

6

ഒരു ബൊഹീമിയന്റെ കുറ്റസമ്മതം

ഞാൻ ബൊഹീമിയൻ
വ്രതാവസാനത്തിന്റെ മിഴാവു കൊട്ടുന്നവൻ
മരിക്കാത്തവർക്കായ്
മൃതലോകസൗഖ്യം നേരുന്നവൻ
പുഴകളിൽ നഞ്ചിന്റെ
വീഞ്ഞു കലക്കുന്നവൻ
മിഴികളിൽ പ്രാണന്റെ
ഞാൺ മുറുക്കുന്നവൻ
പുരാണം കവിൾക്കൊണ്ടു
പാറാവു നിൽക്കും
പ്രമാണിത്തങ്ങൾ കടപുഴക്കി
കാറ്റിൽ തള്ളുന്നവൻ

കാറ്റിന്റെ പ്രഹരമേൽക്കുന്നവൻ
കഴുമരത്തിൻ നിഴലിൽ ഭൂമിതൻ
കരൾ വളരുവോളം
കഴുകനായ് ചുറ്റിപ്പറക്കുന്നവൻ
വൻതിരയായ് പ്രപഞ്ചം ചൂഴുന്നവൻ
ശിവകാമിതന്നംഗാരവിശുദ്ധിയിൽ
ഇണനാഗമായൂതി നിറയുന്നവൻ
അരവയർക്കോലം വിശന്നുപാടും പാട്ടി-
ലാസുരതാളങ്ങളുണർത്തുന്നവൻ

തീപ്പൊട്ടു തെറിച്ചിനിയിവളും
വെന്തമരുന്നതു കാണുകവയ്യ!
ആചാരച്ചുടലത്തീയിൽ
ആകെ വിയർത്തിട്ടിനിവയ്യ?
മഴവില്ലിൻതേരൊന്നു പണിഞ്ഞോളൂ
പെരുമാരി വരും മുമ്പേ
പീലിക്കുട നീർത്തട്ടെ.

തൃപ്പാദമുറപ്പിച്ചിനി
ഞാൻ വാഴും താഴ്‌വരയിൽ
ഒളിസേവിച്ചുരുളി കമഴ്ത്താൻ
ഹിമഗംഗകൾ കാതോർക്കും.
കൊട്ടിയടച്ചറ വാതിലിനിപ്പുറം
കൊമ്പും തുമ്പിക്കൈയും ചേലിൽ
പൊട്ടിമുളച്ചോരാർത്തിപ്പണ്ടാരം
നാടു വിഴുങ്ങി നടക്കുന്നേരം
ചുടുകാടല്ലി തഴച്ചതെനിക്കും
മധുവനമെന്ന കണക്കേ.

എന്റെ മനസ്സിൻ തീമഴുവല്ലീ
കെട്ടുകിടപ്പതു നിൻ മുന്നിൽ
ഓർമ്മകൾ താലോലിപ്പതിലച്ചാർത്തിൽ
ആരോ നീട്ടിയ തിരുമധുരം

ഇനി നീളുമുറക്കമൊരുക്കിയൊ-
രാവിലസന്ധ്യകളിൽ
വിസ്മൃതമാവതു കത്തിക്കാളും പകലല്ലോ.

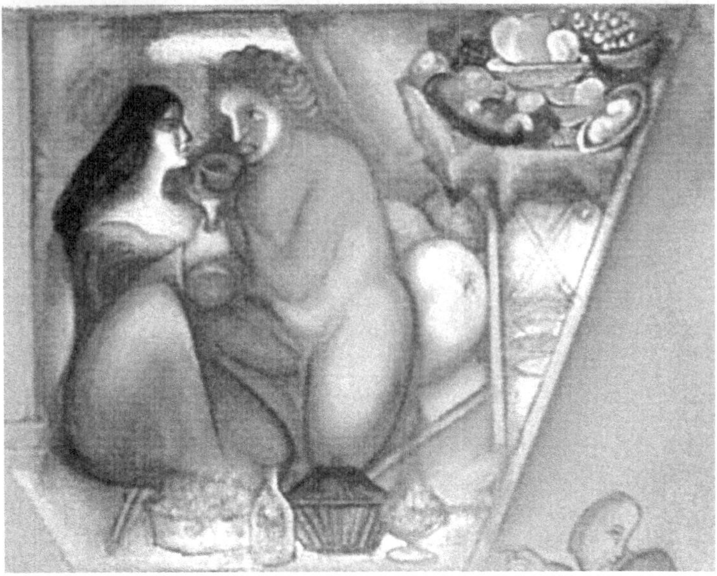

7

മത്സ്യവിൽപ്പനക്കാരി

എവിടെ, യൊരഗ്നിക്കടലും
തീ മറുകുള്ള കിനാവും
ഒന്നായ് ചേരും തീരം?
വാഴ്‌വുമിരുണ്ടു തണുക്കും താഴ്‌വര
പൊട്ടിച്ചിതറും താപസകൽപ്പിതകാലം?

കമ്പവലയ്ക്കുള്ളിൽ കടലു
വലിച്ചു കരേറ്റുന്നേരം
കേട്ട വിശപ്പിനിരമ്പം

വടികുത്തിയെഴുന്നേൽക്കുന്നോ-
രതിജീവനമോഹം
കാലാളൊത്തു പിടിച്ചു വലിക്കുമൊ-
രാഴക്കടലിന്നായം
ചെന്നുകുരുങ്ങുന്നുഴറും കണ്ണുകൾ
വീശുവലയ്ക്കുള്ളിൽ
വല കൊത്തിമുറിച്ചു, വഴിയോടി
മറഞ്ഞു മഴക്കോട.

വ്രണിത വിരൂപ നടപ്പാതകളിൽ
വർധിത ഭാരം ചുമ്മി നടക്കേ
ഏതോ കാമുക ഹൃദയം നീട്ടും
ചേതോഹര കസ്തൂരിസുഗന്ധം
ഒച്ച നിരത്തും വാക്കേറ്റം

ഈർക്കിലി വലകെട്ടും പുരയിൽ
ഈറ്റും നോറ്റും ജീവിതരതിയാ-
മിഴ ചേർത്തു വലിക്കും കോലം
വ്യഥ കൂട്ടിച്ചുട്ട പിണക്കം.

ഈച്ച നുരയ്ക്കും ചോരക്കുഴികൾ
കുത്തിയൊലിക്കും ചന്തപ്പടവിൽ
നാക്കിൻ വാൾത്തലയാലേ മീനിൻ
പീളക്കണ്ണും കൊത്തിയുടയ്ക്കേ
നെഞ്ചിലിരമ്പും ശംഖം
കാലക്കെടുതി ഞെരുക്കം
കടലിനടക്കം.

അന്തിക്കൊരു മുറമായാ കൈയി-
ലൊതുങ്ങും കടലല്ലീയന്നം?

കരയിലിരിക്കും ചൂണ്ടക്കാർ
കളിവഞ്ചി മെരുക്കും ചൂണ്ടക്കാർ
കടൽകോരി രുചിച്ചിട്ടൊരു
കാറ്റതുവഴി പോകുമ്പോൾ
പുതുജലമതിലോ സ്വയമറിയാതെ
നീന്തിപ്പായും ഇരയിവളല്ലീ,
ചീഞ്ഞു മണപ്പതുമിവളല്ലീ?

8

ഒറ്റവാക്കിൻ പ്രണയം

കാലം കൊത്തിയുടച്ച കടങ്കഥയിൽ
എന്നെയെടുത്തു പറക്കുവതാരേ?

വനമുല്ലതെഴുത്ത മണത്തിൽ
ഇരുളായെന്നെമുറിച്ചു കടപ്പതുമാരേ?
നേർത്തു പറക്കും മാന്തളിരിൽ
എന്നെ മണത്തു മദിക്കുവതാരേ?

നോവുകളടിയും ശയ്യയിലെന്നെ
വാക്കാൽ വീശി നിറയ്ക്കുവതാരേ?
തിരകൾ തകരും കണ്ണുകളിൽ
തീക്കവിതക്കുറിച്ചു മടങ്ങുവതാരേ?
കടൽമിഴി പകരും നീലിമയിൽ
എന്നെയുറക്കിമറഞ്ഞതുമാരേ

ചെറുമഴ വാടും വെയിലിൻ
ലജ്ജയിലെന്നെയെടുത്തു പുതയ്ക്കുവതാരേ?
പച്ചിലനീരാൽ പൂവായെന്നെ
ശിലകളിലെഴുതിത്തളരുവതാരേ?
അവിടേക്കെൻ പ്രണയത്തി-
ന്നുടലു പടർന്നു പകയ്ക്കുന്നു
അതിലൊരു വാക്കിൻ കനിവു
പകർന്നിട്ടാരോ തൊട്ടു വിളിക്കുന്നു
വെറുമൊരു വാക്കിൻ പ്രണയം.

9

തിരകൾക്കുമപ്പുറം

മുറിഞ്ഞു കേൾക്കും സ്മൃതിപ്പാട്ടുപോലെ നീ
നിരത്തുവക്കിൽ തനിച്ചു നിൽക്കുന്നു
ഭൂമിതൻ ഹൃദയവും സ്തംഭിപ്പിച്ചിന്നു
പാഞ്ഞുപോകുന്നുണ്ടൈലൻഡ് മടിക്കാതെ
വെരുകുകൾ മറികടക്കും സത്രങ്ങളിൽ
തിരക്കിന്റെ നീരാവി ശ്വാസം വിലക്കുന്നു
തിരച്ചൂണ്ട കോർക്കുന്നു പെരുന്നാൾപൂമ്പിറ
കടലിലോ കാറ്റിൻ വിലങ്ങഴിയുന്നു
ഫാക്ടറിപ്പുകക്കുഴൽ നീലാകാശത്തിലായ്
സിഗററ്റു കുറ്റിയും കുത്തിക്കെടുത്തുന്നുവോ
കായൽ കലാപത്തിന്നൊരുങ്ങുന്നതുപോലെ
ദൂരെയൊട്ടൊന്നൊതുങ്ങിക്കിടക്കുന്നുവോ
കിഴവനും റാട്ടുകാരൻ വേർത്തവെയിലിന്റെ-
യുച്ചിതോർത്തി വിശപ്പിനോടുമൊറ്റ-
നാണയത്തോടും മത്സരിച്ചു മടുക്കവേ
രാത്രിതൻ കണ്ണിലഴിഞ്ഞു മാഞ്ഞിടും
കറുപ്പായ് ജീവിതം തുടച്ചെടുക്കുന്നിതാ
മുരളുന്ന ടാപ്പിൽ ചുണ്ടുകൾ ചേർത്തു നീ
തുള്ളിവെള്ളത്തണുപ്പായ് ജീവനെയും
നിന്നിലേക്കിന്നു വലിച്ചെടുക്കുമ്പോഴും
വാക്കു വാക്കിന്റെ നെറുകയിൽ ചുംബിച്ചു
മറവിതൻ വഴിയിലൂടരിച്ചു നീങ്ങുന്നു.

28 *കളകൾ മുളച്ച തീൻമേശ*

വി എസ് ബിന്ദു

നിന്റെ 'കട്ടൗട്ടി'നുന്മത്ത ഭംഗിയിൽ
കത്തി താഴ്ത്തുന്നു ഭ്രാന്തൻ നിരാശ്രയൻ
ക്ഷുഭിതമാം യൗവനത്തിന്റെ ഒറ്റുകാരനെപ്പോലെ
നിസ്തുല പ്രണയത്തിന്റെ പഴയ ഫ്രെയിമിൽ
കണ്ണുകെട്ടിക്കളിക്കുന്നു നിൻ കൗമാരമിന്നും
ആദിപാപത്തിൻ കുരിശിൽത്തറഞ്ഞു നീ
ചോരയാലംഗവസ്ത്രം തെറുക്കുമ്പോൾ
ദാഹങ്ങളസ്തമിക്കാനുള്ള നേരം കുറിച്ചു ഞാൻ
മെഴുതിരി നേർച്ചയ്ക്കു കാത്തുനിൽക്കുന്നു.
ഇരുളും വെളിച്ചവും വർത്തമാനത്തിൽ
നുരയ്ക്കുന്ന കുപ്പിമേൽ നിന്റെയീ
ലയഭംഗികൾക്കു ഞാൻ സാക്ഷിയാകുന്നു.
മൃഗനയനീ നീ പെയ്തിറങ്ങുന്നരശ്മിയിൽ
അലങ്കാരവേല നെയ്യുന്നു കാലവും.
നിഴലുകൾ പരിക്കേറ്റു നിലവിളിക്കുന്നൊരീ
നിശ്ശബ്ദരാത്രിതൻ ദുഃഖമാകുന്നു നീ
എങ്കിലും നിന്റെയീ മുഴുനീളചിത്രത്തിൽ
ഒളിപ്പിച്ചതാരാണു സ്നേഹാക്ഷരങ്ങളെ
തിരയായ് നിറച്ചതാം രണ്ടു കൈത്തോക്കുകൾ!

10

നിറങ്ങൾ

കരിനീലക്കടലു കടഞ്ഞി-
ട്ടാദ്യമുയർന്നതു ചെങ്കതിരോൻ
കരിമേഘം തൊട്ടു വിളിച്ചി-
ട്ടാദ്യമറിഞ്ഞതു മലയുടയോൻ

ഊരാളും പെണ്ണാളേ നിൻ
നിറവട്ടികളൊഴിയുന്നു
മരുതി*യ്ക്കുടലൂറ്റിയെടുത്താ-
മലദൈവം വളരുന്നു

അവൾ നട്ട കിളുന്നു കിനാവിൻ
കടവെട്ടിയടുക്കുന്നല്ലോ
അവളുരുകിയ പ്രണയച്ചിതയിൽ
അരിമുല്ലമണക്കുന്നല്ലോ
കാന്താരസുഗന്ധികളോ
കാതിലകൾ വിൽക്കാനായ്
കമ്പോളമിറങ്ങുമ്പോൾ
കുഞ്ഞാറ്റകൾ കരയുന്നു

പുഴയാഴം കൊത്തിവലിക്കും
വെൺമേഘക്കൊറ്റികളോ

---

* മരുതി- കൊല്ലപ്പെട്ട ആദിവാസി സ്ത്രീ

തെറ്റാടികൾ തെറ്റും കാറ്റിൽ
പലവഴികൾ തിരയുന്നല്ലോ.

വനവഴികൾ തിരികെ വിളിക്കും
വനദുർഗയ്ക്കരിശമിരമ്പും
മുനകൂർത്തൊരു കല്ലായവളും
ഗിരിമുകളിൽ മാറ്റം കാക്കും

പിറവിപ്പുര കെട്ടിയൊരുക്കി
അടയാളം വച്ചു മടങ്ങാനായ്
മലകേറിവരുന്നുണ്ടാരോ
ശില താനേ പൂക്കും നാളിൽ.

11

അവൾ

മിഴിപൊട്ടിച്ചൊഴുകിയ നീരിൽ
പൂവിതളഴുകും കാറ്റിൽ
പുന്നെല്ലുണ്മകൾ ചീഞ്ഞ മഴപ്പാട്ടിൽ
പകലുകൾ വാടും പാവം വഴിയിൽ
ചുണ്ടു കറുത്ത നിലാവിൻ ചിരിയിൽ
പഴുതാരകളിഴയുകയല്ലോ
പഴുതേ ജന്മച്ചുമരിൽ
കൂരിരുൾ രാത്രിപ്പുഴയോളത്തിൽ
മുങ്ങി നിവർന്നു പറക്കുന്നേരം
വെട്ടം കുത്തിയൊഴുക്കിയതാരാ-
ണിറയത്തും ഈ നടുമുറ്റത്തും
ഓർമ പഴുത്തു ചിതമ്പും പഴുതിൽ
വാടക വീടിനകത്തും പിന്നെ
ചെറിയൊരുടുപ്പിനെടുപ്പിലു-
മിന്നിൻ പഴുതാരകളിഴയുന്നു
നോവു വിഴുങ്ങുമരക്കെട്ടിൽത്തൻ
ഭൂഹൃദയത്തിലമർന്നു തിണർക്കും
ചോരക്കാലടിയിൽ, ഓരോന്നിലുമാ
പ്രാണനൊളിച്ചു കളിക്കെ സ്നേഹം

വാർന്നു മരിച്ചയിളം കണ്ണുകളിൽ
പഴുതാരകളിഴയുന്നു.
പിടയുകയാണവളാതുരശാലയി,-
ലാണ്ടുപതിക്കും നിലവിളിയായും
നിസ്സംഗതയിൽ നിന്നു പിറന്നോ-
രക്ഷരമവളുടെ നേർത്ത മുഖത്തിൽ
രുദ്രഹവിസ്സായെഴുതുകയല്ലോ
'She is a rape victim.'

12

ആധി

നെഞ്ചുകൂരച്ച ചന്ദ്രനേയും കൊണ്ട്
എന്നേ
മുടന്തി മുടന്തി ഓടുന്നു
ഒരു വാനം.
വെളുത്ത പകലുകളും
കറുത്ത രാവുകളും
നാവിലരച്ചു തേച്ചുകൊടുത്തിട്ടും
അവന്റേതായി ഒരു തെളിച്ചവുമില്ല,
വെളിച്ചവുമില്ല!
വിഷമിച്ചതന്നാണ്—
ദൂരെനിന്നൊരാൾ
രാജാവിനോടു പറഞ്ഞത്രേ
'മന്നവേന്ദ്രാ വിളങ്ങുന്നു
ചന്ദ്രനെപ്പോലെ നിൻ മുഖം' എന്ന്
അയാളുടെ ഉള്ളിലെന്തായിരുന്നോ എന്തോ!

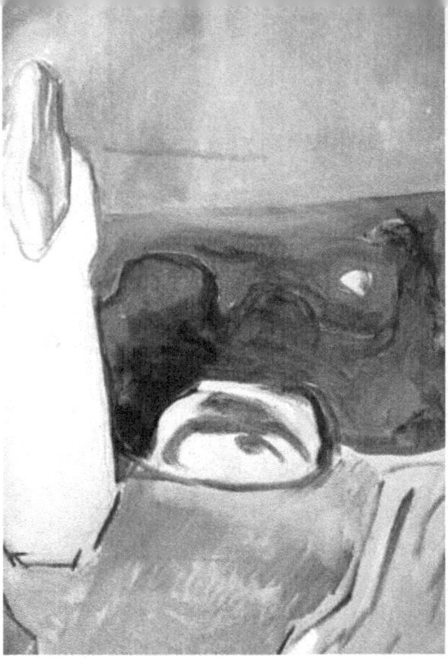

13

ഹി...ജ...ഡ

രാത്രിയുടെ ഘടനയാണത്
നർത്തകന്റെ അരമണിയായും
അഴകിന്റെ വിതുമ്പലായും
അതു പൊഴിയും, പകരും.
നാഭിയിൽ ചെന്താമരയുണ്ടത്രേ!
നാവിന് അരത്തോളം കരുത്തും!
ചിതലായും ചിതറലായും
ഇരുട്ടിലെ തീവെട്ടിയായും
നരകത്തിന്റെ വാതിലായും
അടുക്കിക്കെട്ടിയ മുല്ലയിലെ
കരുതിവച്ചൊരു ചിരിയായും
തീവണ്ടിയിരമ്പലിനൊപ്പം-
മഴമുഴക്കത്തിനൊപ്പം...
അതും പ്രത്യക്ഷപ്പെടും.
രാത്രിയുടെ ഘടനയിലെ
ജനിതകമറിയാത്ത ഒന്ന്.
ഒരുപക്ഷേ...
സ്നേഹത്തിന്റെ രക്തം മാത്രമുള്ളത്!

14

വരമ്പ്

ഇതാവാം ഭൂമിയുടെ ഹൃദയധമനി.
മഴവെള്ളം പതം വരുത്തിയ
കറുത്ത ചെളിയിൽ
ഉടലു നിറച്ച കരുമാടിക്കുട്ടൻമാർ
തെന്നിനടന്ന പണിയാളരുടെ ചോരഞരമ്പ്.

മാറത്തലച്ചും മാറുചുരന്നും
വിതകൾക്കുമീതെ പടർന്ന പാട്ട്
ഒഴിവുനേരം തളർന്നുറങ്ങിയ മൺപാത്തി.

തലയിൽ തീ കൊളുത്തി കാർത്തികവിളക്ക്
ആത്മഹത്യയ്ക്കു ശ്രമിച്ചത് ഇവിടെ വച്ചാണ്.

മൺവെട്ടികൾ കുത്തി നിറുത്തി
രണ്ടുപേർ
കല്യാണവും കരിങ്കാലിപ്പണിയും
പറഞ്ഞുറപ്പിച്ചതും ഇവിടെ വച്ചാണ്.
അങ്ങനെ
പാടവരമ്പ് അടിമയുടെയും ഉടമയുടെയും
ചരിത്രമെഴുതുന്നു.
അറവുകാരൻ അരിഞ്ഞരിഞ്ഞില്ലാതെയാക്കിയിട്ടും
ജീവന്റെ പച്ചയെ ഉയർത്തിക്കാട്ടി
അതിപ്പോഴും
വളർന്നു വളർന്നു വരുന്നു.

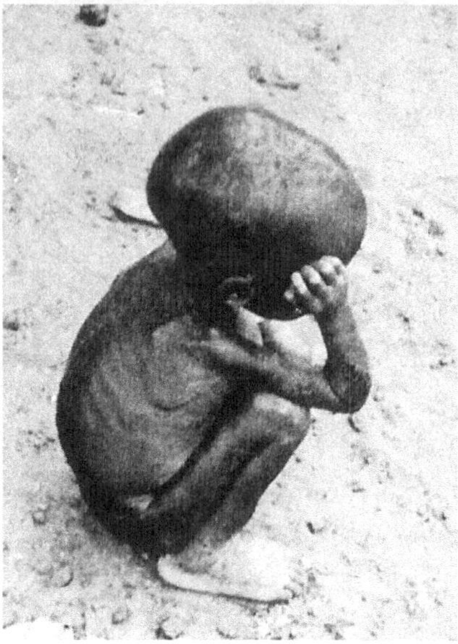

15

ഒരാൾ ജാതി പറയുന്നതെപ്പോൾ?

തിണ്ണനിരങ്ങി മടുത്തിരിക്കുമ്പോൾ
അരയിൽ കള്ളുകുടവുമായി
വാസ്വേട്ടൻ
കയ്യാല കടന്ന് ചാടിപ്പോയതു കണ്ടു
ദരിദ്രന് കണ്ണ്, കാഴ്ചയ്ക്കുള്ളതല്ല!

മിനിഞ്ഞാന്നാണ്
ഭാര്യ
മീനിന്റേതുപോലൊരെല്ലുകഷണം
ഉണക്കക്കപ്പയോടൊപ്പം വിളമ്പിയത്.
വായിൽ പിടയ്ക്കുന്നത്
അവൾ തന്നെയാണെന്നറിഞ്ഞപ്പോൾ
തൊണ്ടയിൽ മുള്ള്, മരമായി.
മഴ മെടഞ്ഞ വയൽക്കീറിൽ
ചെളിയും വിശപ്പും വാശിയോടെ കട്ടപിടിച്ചു.
മുഖത്തോടു മുഖം നോക്കി
മാമ്പഴക്കാലം ഓർത്തിരിക്കെ
അന്നാദ്യമായി അവർ
പരസ്പരം ജാതി പറഞ്ഞു
വഴക്കുകൂട്ടി.

16

കാസ്ട്രോവിന്

ഫിദെൽ
ഭൂമിയെ എടുത്തുയർത്തിയ നിന്റെ വാക്ക്...
തോക്കിനോടും 'ചെ'യോടും ചേർന്നിരുന്ന നിന്റെ ഉടൽ.......
'ക്യൂബ' നിന്നെ ആർക്കായും വിട്ടുകൊടുക്കുമ്പോൾ
പ്രപഞ്ചത്തിൽ നിന്ന് ചിത്രശലഭങ്ങൾ
കൂട്ടത്തോടെ പലായനം ചെയ്യും.
അന്ന്
എല്ലാ മുറിവുകളോടെയും വിപ്ലവത്തെ വേട്ടവനായി
'പ്രതിരോധ'ത്തിന്റെ കുഞ്ഞുസൂര്യൻമാരെ
അവൾ
ഭൂമിയിൽ തടവിലാക്കുകതന്നെ ചെയ്യും.

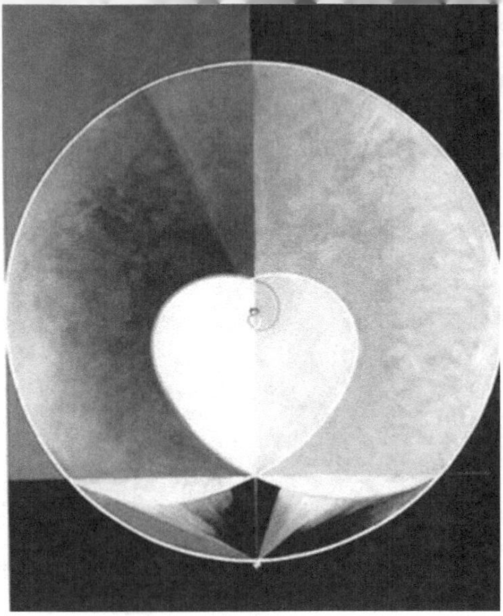

17

ഗസൽ

ഉധാസ് പാടുകയല്ലോ–
    മദ്യപനെക്കുറിച്ച്.....
എ. കെ. ജി. ഹാളിൽ
'മധുരമീനാക്ഷിയെ'ത്തൊട്ട ചരിത്രം വിളമ്പി
    പിന്നിലെ കസേരക്കാരൻ

ലേസർ വെളിച്ചത്തിന്റെ കണ്ണ്
    കൈലേസുകൊണ്ട് പൊത്തിപ്പിടിച്ച്.....
മുന്നിൽ കെട്ടിപ്പടരുന്ന കാലുകൾ.

ഉധാസ് പാടുകയല്ലോ–
    തേടിവന്ന കത്തിനെക്കുറിച്ച്......
ഞാനും നെരൂദയും സ്പാർട്ടക്കസും
    ഒന്നിച്ചു നിലവിളിച്ചു.
പ്രണയം വേണം
    മരിക്കാനും ജീവിക്കാനും.

പുറത്ത് ഇരമ്പിവന്ന കാറിൽ
അതു കൈവീശിപ്പറന്നുപോയത്
ഞങ്ങളറിഞ്ഞതേയില്ല.

18

സെയിൽസ് ഗേൾ

ഒരു പൊട്ടു വാങ്ങാൻ കയറിയതാണ്-
കണ്ണഞ്ചിപ്പോയി-

സ്വർണമത്സ്യംപോലൊരുവൾ
പെണ്ണൊരുക്കങ്ങൾക്കിടയിലൂടെ
നീന്തിനടക്കുന്നു

മുട്ടിനു താഴെ വച്ച് കൗശലക്കാരൻ
മുറിച്ചുമാറ്റിയ പാവാട......
കുറ്റിച്ചൂലുപോലെ തേഞ്ഞു പഴകിയ
ഒരാൾ
അന്നം നിറച്ച പാത്രവുമായി
അവളുടെ അരികിലെത്തി
'അച്ഛൻ....' ശബ്ദം മുതലാളിയുടെ
തുറുകണ്ണിനെ വെട്ടിച്ചു

പാവാടത്തുമ്പിൽ നിന്നു തറയിലേക്ക്
ഒഴുകിപ്പരക്കുന്ന
പരശ്ശതം ചോരത്തുള്ളികൾ-
വിൽപ്പന പൊടിപൊടിക്കുന്നു.

19

മൂന്നാംലോക ചങ്ങല

മുക്കൂട്ടു തേച്ചു കുളിക്കണം
മൂന്നാം ലോകം പറഞ്ഞു
അൽപ്പം താളിയും ഈഞ്ചയുമായാൽ.....
ഭേഷ്!
ഒന്നു നിന്നു കൊടുത്താൽ മതി
തൊലി തന്നെ ഉരിഞ്ഞെടുക്കും...
രണ്ടാംലോകം പിറുപിറുത്തു.
നടക്കുകയോ കിടക്കുകയോ ഇരിക്കുകയോ
ചെയ്തുകൊള്ളൂ.
ആത്മാവിനെത്തന്നെ വൃത്തിയാക്കാം.....
ഒന്നാം ലോകം പറഞ്ഞു
അമ്മൂമ്മ പറഞ്ഞതാണു ശരി....
'കുളിപ്പിച്ചു കുളിപ്പിച്ച് കുഞ്ഞില്ലാതെയാക്കി....'

20

കളകൾ മുളച്ച തീൻമേശ

ചതുരക്കള്ളികൾക്കകത്ത്
തലയറുത്തുവച്ചതുപോലെ
വലിയ മുറിയിലെ തീൻമേശ
മിന്നുന്ന ഭക്ഷണത്താൽ
നിറഞ്ഞു.
അടച്ചുവച്ച പാത്രങ്ങൾ-
മകനുള്ളത്.
മകൾക്കായി
അച്ഛൻ വരുമ്പോൾ...
അമ്മയ്ക്കു വേണ്ടത്...
ഒന്നിച്ചാരും വന്നില്ല.
കാറുകൾ കയർത്തിറങ്ങിപ്പോയ
ഒച്ചയിൽ
തീൻമേശ തനിച്ചായി
നോക്കിയിരിക്കെ
ചതുരനിലത്തിൽ
കളകൾ മുളച്ചു
വീട് വനമാകുമ്പോഴേക്കും
തന്നിൽ വിളഞ്ഞിരുന്ന
കതിർക്കുലകളുടെ കാലമോർത്ത്
തീൻമേശ
അമ്മൂമ്മക്കഥ പറയാൻ തുടങ്ങി.

21

റിയാലിറ്റി.....ഷോ

വറചട്ടിയിൽ നിന്ന്
എരിതീയിലേക്ക്
കൂട്ടത്തോടെ
അവർ പറന്നു വീണു.

ചേരി രണ്ടായി പിളർന്നു
ഉയർന്നു താഴുന്ന ചിരവ
ഉയർത്തിക്കെട്ടിയ മുണ്ട്
ഉലഞ്ഞുടയുന്ന മാറ്

രക്തം പുരണ്ട നോട്ടം
ഉഗ്രൻ റിയാലിറ്റിഷോ!

പല്ലിവീണ ചോറ്റു കലത്തിൽ
ക്യാമറക്കണ്ണുടക്കിയപ്പോൾ
മൂന്നു ശവങ്ങൾ അതിനരികെ

അവയെത്തലോടി
ഇല്ലാവചനം പറഞ്ഞു-
അവതാരക, "സാരമില്ലാട്ടോ
നെക്സ്റ്റ് ടൈം നമുക്കു ജയിക്കണം."

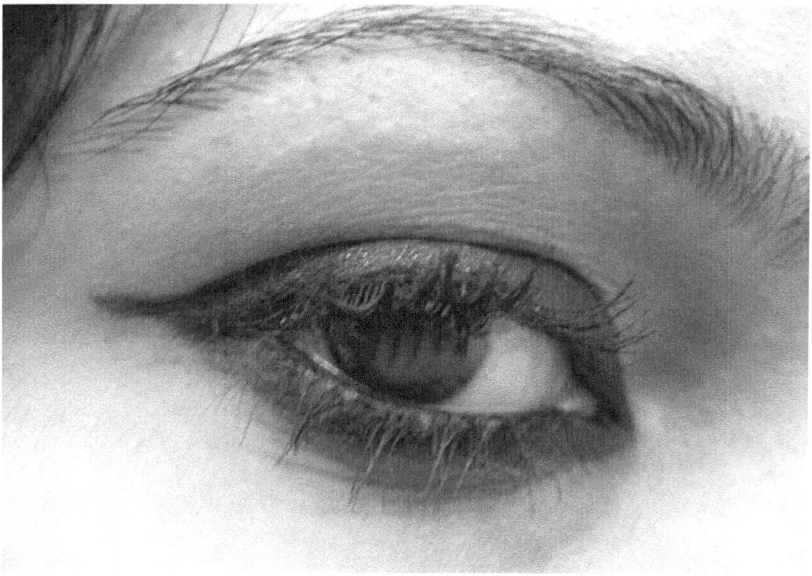

22

പെണ്ണേ...

സിൽവിയ പ്ലാത്ത്...
പ്ലിമിത്ത്...
പ്ലം...

കേട്ടിട്ടില്ലേ? തൊട്ടിട്ടില്ലേ? തിന്നിട്ടില്ലേ?
പിന്നെന്തെഴുത്ത്, കിളിയെഴുത്ത്?

തുറന്ന ലൈംഗികത...
തൊട്ടാൽ തെന്നണം...
ഒറ്റ വിഴുങ്ങൽ...
ഇങ്ങനെ വേണം.

തിളയ്ക്കുന്ന അടുപ്പുകല്ല്
നെഞ്ചിലിട്ടുരുട്ടി
എഴുതുമ്പോഴും
അതിൻമേൽ നെറ്റിക്കുറി
വരച്ചാലെന്തു ചെയ്യും?
ഇനി ഒന്നേയുള്ളൂ
വരുതികെട്ട വിഗ്രഹമാവുക!

23

എഴുത്ത്

പണ്ടൊരു നോവൽ വായിച്ചു
നോവറ്റു
ഇന്നാളൊരു തൈ നട്ടു
വേരറ്റു
ഇന്നൊരു കവിതയെഴുതി
നോവും വേരും ഒന്നിച്ചു
മുളച്ചു.

24

നമസ്കാരം തിരസ്കാരം

കമ്പ്യൂട്ടർ	:	എന്താ വന്നത്?
	:	പഠിക്കാൻ
കമ്പ്യൂട്ടർ	:	വയസ്സെത്ര?
	:	എഴുപത്
കമ്പ്യൂട്ടർ	:	ഇനി പഠിച്ചിട്ടെന്താക്കാനാ?
	:	ഇതില്ലാതെ ഇനി ജീവിതമില്ലെന്നറിയുന്നു.
കമ്പ്യൂട്ടർ	:	പണിയെന്തായിരുന്നു?
	:	തൂമ്പായെടുത്തു മണ്ണു പൊന്നാക്കി.
കമ്പ്യൂട്ടർ	:	എന്നാൽ ഇത്തിരി വെള്ളം കൊണ്ടെന്റെ തൊണ്ടയൊന്നു നനച്ചുതരോ?

25

സ്പേസ് മ്യൂസിയം

കുട്ടിയുടെ കണ്ണ് അടർന്നു വീഴാറായി
'പകരം ഗ്രഹത്തെ പ്രതിഷ്ഠിക്കാം'
ഗൈഡ് അച്ഛനോടു പറഞ്ഞു-
ആദ്യത്തെ ബഹിരാകാശ സഞ്ചാരി
.......അച്ഛൻ പറഞ്ഞതൊന്നും
    കുട്ടി കേട്ടില്ല
'ഠേ' — തുടയിൽ കൈ പതിച്ചു
ഇങ്ങനെയാണ് ഭൂമിയും സൂര്യനും
    രണ്ടായത്.
മകൻ സൂര്യന്റെ നെഞ്ചു ചവിട്ടിത്താഴ്ത്തുന്നത്
    അച്ഛൻ സ്വപ്നം കണ്ടു.
ഭൂമിയുടെ പച്ചപ്പിലേക്ക്
അച്ഛനും ഗൈഡും കാലുവച്ചപ്പോൾ
    കുട്ടി
അകത്തെശ്ശൂന്യതയിൽ
ഏതോ ആകാശഗോളത്തിന്റെ
    കൈപിടിച്ചു.

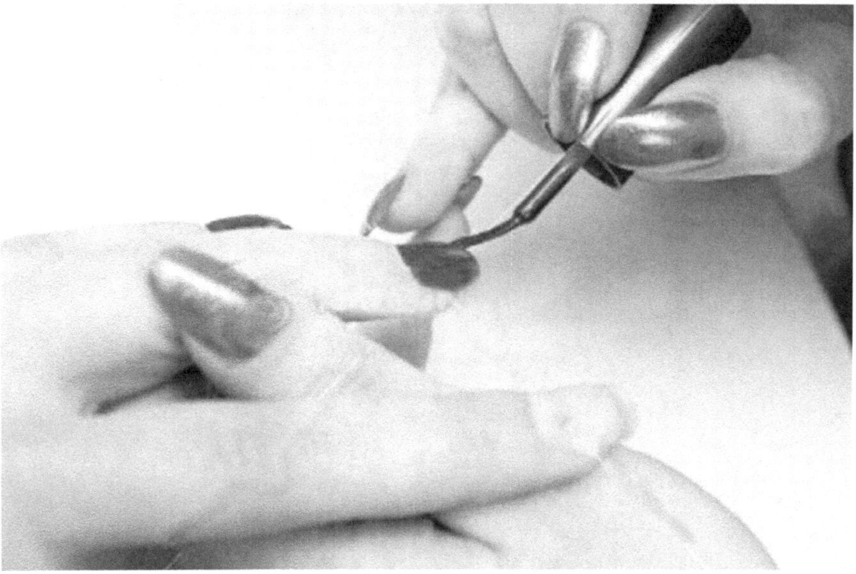

26

ആനന്ദോത്സവം

അകം നിറഞ്ഞ് ആനന്ദോത്സവം
അരനിറച്ച് ആനന്ദോത്സവം
മാറത്തടി, മാതൃരതി, മഹോന്നതി
അവസാനത്തെ ഉത്സവത്തിൽ
'ആനന്ദ'ത്തെ കാണാതായി.

27

ആരോ കൂപ്പൺ വിതരണം ചെയ്യുന്നു

കൂട്ടംകൂടിയിരുന്നിടത്ത്
    അവർ
ചിരിച്ചും കളിച്ചും തിന്നും രസിക്കെ
എവിടെനിന്നോ പറന്നുവന്ന
ഒരു കൂപ്പൺ
അവരുടെ നെഞ്ചിലൊട്ടി
അതിൽ അവർക്ക് പേരും ഇനവും ഉണ്ടായിരുന്നു.
നറുക്കെടുപ്പിന്റെ തീയതിയും
ഭാഗ്യസമ്മാനവും നിശ്ചയിച്ചിരുന്നു
ഭാഗ്യശാലി ആരാണെന്നറിശപ്പെട്ട്
തന്ത്രത്തിൽ
അവർ പരസ്പരം കൊന്നു.
    ഒടുവിൽ
അവസാനത്തെ ആൾ
    കൂപ്പണുമെടുത്ത്
അടുത്ത ആൾക്കൂട്ടത്തിനു നേരെ നടന്നു.